KB168839

기억의 꽃다발, 짙고 푸른 동경

Flowers of Memory, Deep Blue Longing

Những đóa hoa kí ức và khát vọng xanh thẳm

황금알 시인선 251

기억의 꽃다발, 짙고 푸른 동경

초판발행일 | 2022년 8월 31일

지은이 | 강방영 · 응우옌딘띰
펴낸곳 | 도서출판 황금알
펴낸이 | 金永馥
주간 | 김영탁
편집실장 | 조경숙
표지디자인 | 칼라박스
주소 | 03088 서울시 종로구 이화장2길 29-3, 104호(동숭동)
전화 | 02)2275-9171
팩스 | 02)2275-9172
이메일 | tibet21@hanmail.net
홈페이지 | http://goldegg21.com
출판등록 | 2003년 03월 26일(제300-2003-230호)

한국 · 베트남 공동시집

기억의 꽃다발, 짙고 푸른 동경
Flowers of Memory, Deep Blue Longing
Những đóa hoa kí ức và khát vọng xanh thắm

강방영 (Bangyoung Kang)

응우옌딘떰 (Nguyễn Đình Tâm)

황금알

차 례

2부   NGUYỄN ĐÌNH TÂM (응우옌딘떰)

1부

강방영 시

석경징 영역

Poems by Bang-Young Kang

English Translation by Kyoung-Jing Suk

Vietnamese Translation by Van Duc Man,

Dang Thi Lam Giang, Nguyen Thi Le Hoa

공동 시집을 내면서

응우옌딘떰 시인과 함께 이 시집을 낼 수 있어서 무척 영광스럽다. 그의 시는 아름답고 강하여 우리들 마음을 흔들며, 베트남의 혼을 세계에 알린다. 우리 두 사람의 시를 한국어 베트남어 영어 3개 언어로 출간하니 한국과 베트남의 독자는 물론 다른 언어권 사람들까지 읽을 수 있다. 시인으로서 큰 보람이다.

이 시집은 제주 PEN회원과 베트남 문인들이 함께한 문학교류의 결과이다. 제주 PEN은 국제펜 한국본부 제주지역 위원회이며, 자체적으로 회원들의 문집을 발간하고 해와 문학기행을 다니며 해외 문인들과 작품교류를 해왔다. 국제적으로 문학작품을 교류하면서 여러 해 동안 작품집을 영어로 번역하기도 했다.

베트남 문인들과 문학 교류 과정에서 안경환 교수님께서 많은 도움을 주셨다. 안 교수님이 다리 역할을 해서 베트남 문인들과 논의가 이뤄지고, 한국과 베트남 수교 30주년을 맞는 2022년 올해에 공동시집을 내는 결정을 하게 되었다. 기쁜 마음으로 이 시집을 엮었으며, 떰 시인과 교류 또한 기쁘다.

여기 실린 나의 시들은 이 전에 영문과 일문으로 번역 출간했던 『은빛 목소리』에서 골라낸 것들이다. 석경징 교수님이 하셨던 영문번역을 그대로 실었으며, 교수님의 번역을 다시 출판하면서 나의 마음 깊이 간직하고 있는 고마움을 표한다.

　전반적으로 서정성 짙은 것이 떰 시인과 나의 시 공통점이다. 3개 언어로 발간되었으므로 두 나라 독자들에게 조금 더 다가갈 수 있기를 바라는 심정이다.

　그래서 한국과 베트남 수교 30주년을 기념하면서 두 나라 국민들의 친교에 작은 도움이 되었으면 한다.

　이 시집 번역해주신 안경환 교수님, 반뜩먼, 땅람장, 웬티레화 번역가님께 감사드립니다!

2022년 여름

강방영

Preface

I am very honored to be able to publish this collection of poems with poet NGUYEN DINH TAM. His poems are beautiful and powerful, they shake our heart telling the soul of Vietnam.

Here our poems being published in Korean, Vietnamese, and English, readers in Korea and Vietnam as well as people from other languages can read them. It's rewarding for me as a poet.

This collection of poems is a result of literary exchanges between Jeju PEN members and Vietnamese writers. Jeju PEN is the Jeju Committee of International PEN Headquarter in South Korea. It has been publishing its own anthology every year, a collection of members' literary works. Its members, Jeju writers, have traveled abroad for literary exchange with foreign writers. And for international literary exchange the anthologies have been translated into English for some years.

For the literary exchanges between Jeju PEN and Vietnamese writers, Professor Ahn Kyong-hwan helped a lot serving as a bridge.

After discussing with Vietnamese writers, he suggested publishing a joint book of poetry this year, 2022, marking the 30th anniversary of diplomatic ties between Korea and Vietnam. I responded him with joy, and now I am happy to know poet NGUYEN DINH TAM.

My poems in this book are selected from 「A Silver Voice」, one of my poetry books, which was translated into English and Japanese before. Professor Suk Kyoung-jing had done the English translation. I'm glad to re-publish them, and thankful again to Professor Suk, with deep gratitude in my heart.

Overall, poems in this book have a kind of strong lyricism in common. Since it was published in three languages, I believe it can reach readers in both countries. So, commemorating the 30th anniversary of diplomatic ties between two countries. I hope this book could be a little help to build friendship between Korean and Vietnamese.

I would like to thank Professor Ahn Kyong-hwan, translators Van Duc Man, Dang Thi Lam

Giang, Nguyen Thi Le Hoa who translated poems of this book!

2022. summer

Bangyoung Kang

LỜI MỞ ĐẦU

Tôi rất vinh dự được cùng nhà thơ NGUYỄN ĐÌNH TÂM xuất bản tập thơ này. Những vần thơ của anh thật hay và mạnh mẽ, chúng lay động trái tim chúng ta nói lên tâm hồn Việt Nam.

Ở đây các bài thơ của chúng tôi được xuất bản bằng tiếng Hàn, tiếng Việt và tiếng Anh. Độc giả ở Hàn Quốc và Việt Nam cũng như những người từ các ngôn ngữ khác có thể đọc chúng. Điểm này giúp ích cho các nhà thơ khắp nơi có thể cảm thụ.

Tập thơ này là kết quả của sự giao lưu văn học giữa các thành viên Jeju PEN và các nhà văn Việt Nam. Jeju PEN là Ủy ban Jeju Quốc tế về PEN có trụ sở chính tại Hàn Quốc. PEN được xuất bản tuyển tập riêng hàng năm, gồm các tác phẩm văn học của các thành viên. Các thành viên của PEN, các nhà văn Jeju, đã ra nước ngoài trao đổi văn học với các nhà văn nước ngoài. Và để trao đổi văn học quốc tế, các tuyển tập đã được dịch sang tiếng Anh trong một số năm.

Giáo sư Ahn Kyong-hwan là người đã giúp đỡ rất nhiều trong vai trò cầu nối đối với giao lưu văn học giữa Jeju PEN và các nhà văn Việt Nam.

Sau khi trao đổi với các nhà văn Việt Nam, ông đề

nghị xuất bản một tập thơ chung trong năm nay, 2022, đánh dấu kỷ niệm 30 năm quan hệ ngoại giao giữa Hàn Quốc và Việt Nam. Tôi vui mừng đáp lại anh, và tôi mừng được quen biết nhà thơ NGUYỄN ĐÌNH TÂM.

Những bài thơ của tôi trong cuốn sách này được chọn lọc từ "A Silver Voice" (Giọng nói ánh bạc), một trong những tập thơ của tôi, đã được dịch sang tiếng Anh và tiếng Nhật trước đây (Giáo sư Suk Kyoung-jing đã thực hiện bản dịch tiếng Anh). Tôi rất vui được xuất bản lại chúng, và một lần nữa cảm ơn Giáo sư Suk, với lòng biết ơn sâu sắc trong trái tim tôi.

Nhìn chung, các bài thơ trong cuốn sách này có điểm chung là đậm nét trữ tình. Vì được xuất bản bằng ba thứ tiếng nên tôi tin rằng nó có thể đến tay độc giả ở cả hai quốc gia. Vì vậy, nhân kỷ niệm 30 năm quan hệ ngoại giao giữa hai nước. Tôi hy vọng cuốn sách này có thể giúp ích một chút cho việc xây dựng tình bạn giữa người Hàn Quốc và người Việt Nam.

Tôi xin cảm ơn Giáo sư Ahn Kyong-hwan, các dịch giả Văn Đức Mân, Đặng Lam Giang, Nguyễn Thị Lệ Hoa đã tham gia dịch thuật cho tập thơ này!

Năm 2022.
Bangyoung Kang

당신 1

당신은
여름이 지나서 가는
푸른 산길,
작은 노랑나비 팔랑팔랑
거기 꽃잎인 양 띄워 올리는
산들바람

You 1

You are
The trail on a green hill
On which Summer passes.
You are the breeze,
Flying up a yellow butterfly
Like a petal over the hill.

Anh 1

Là con đường mòn trên ngọn đồi xanh
Mùa hè đi qua
Anh là làn gió
Bay lên một con bướm vàng
Rung rinh như cánh hoa trên đồi cỏ

당신 2

푸른 산 디디고
하늘로 일어서서
지긋이 활을 들고
굽어보며 내 마음의 현을 켜는 이

풀 사이로 부는 바람
다가오는 그대의 노래
온 들을 휘감는 그대의 음악

You 2

Stepping on the hill,
Rising in the sky,
You nod and swing gently a bow
On the strings of my mind.

Winds in the grass are
Your approaching songs,
And your music sweeping through the fields.

Anh 2

Bước lên đồi xanh
Đứng trên bầu trời,
Anh cúi đầu nhìn xuống
nhen nhóm lòng tôi

Gió thổi qua ngọn cỏ
Khúc hát của anh đến gần
Anh là âm nhạc truyền cảm

Bao phủ khắp nơi đây

당신 3

파아랗게 어둠이 와 잠기는 하늘
일찍 뜬 별 하나처럼
불 밝히고 하늘을 건너는
비행기

당신은 지금
어느 언덕을 오르나
가파른 비탈을 내려서 가나

몇 광년을 아물거리며
우주를 헤엄쳐 온 별빛
그보다 디 먼
당신의 시선

You 3

The bluish darkness sets in the sky.
A plane is flying across it,
Having its lamp lit
Like an early star.

Which hillside are you climbing now,

Or on which slope
Are you descending?

You gaze on me from afar!
Father than a star
Whose light has been swimming
For many light—years across the universe!

Anh 3

Bóng tối lặn dần trên bầu trời xanh
Một chiếc máy bay ngang qua bầu trời
Lấp lóe ánh sáng
Như ngôi sao ban mai

Cho dù bây giờ anh
có leo lên ngọn đồi nào,
hay đi xuống một con dốc lớn,

dù là ánh sao bơi qua vũ trụ
cách vài năm ánh sáng
ánh mắt của anh còn rọi xa hơn thế.

당신 7

당신은 내가
지도도 없이
들어선 이상한 나라
오늘 닿은 곳은
끝없는 슬픔의 바다
물결 밀려오는 기슭
날은 어두워지는데

You 7

You are
The strange terrain
I walked in without a map.

Today I drop my anchor
At the sea of limitless sorrow,
With darkness falling
Over the waves along the shore.

Anh 7

Anh
Là địa hình kì lạ
Em bước vào Không cần bản đồ

Hôm nay em thả neo
Trên biển buồn vô tận
Với bóng tối bao trùm
Lên dọc bờ gợn sóng

좋은 시간

세월이 실어 나르고 있는 저 햇살!
당신은 잔잔한 호수로 누워
이 들판에서 흔들리고

여린 풀잎 되어
물살을 젓는
오늘 나의 하루입니다

Good Times

That sunlight on the wings of time!
You, lying as a lake,
Are throbbing calmly in the field.

A lean leaf of grass I become
And gently stir the lake water,
It being my day's work.

Thời gian tốt đẹp

Trong ánh sáng trên đôi cánh của thời gian
Anh nằm bên mặt hồ tĩnh lặng
Đung đưa trên cánh đồng

Tôi trở thành chiếc lá
mảnh mai của cỏ
chèo nhẹ mặt nước hồ

이승도 잘 모르고

이승도 잘 모르고
저승은 더욱 모르나
한 가지 내가 아는 것
어디에서나
당신 기다리며 있으리라는 것
걸음 더딘 나를
나무라는 일도 없이

Neither of This Life

Neither of this life I know
Nor the world beyond.
Of one thing I'm sure
That in both of them,
You are awaiting me,
Without chiding me
For being slow-footed.

Chẳng biết được kiếp này

Chẳng biết được kiếp này
Càng không biết kiếp sau
Em chỉ biết một điều
Dù cho là ở đâu,
Anh cũng chờ đợi em
Không trách mắng em
vì em đến chậm

기억의 꽃다발 1

나무들 둘러싸
호수는 한 송이 꽃처럼
노을 하늘 받아 빛나고
여름 오는 대기에
감미로운 유월 밤의 향기

아 그때 떠오른 달처럼
걸어온 당신
우뚝 선 산처럼 내게
마주 온 당신

Flowers in Memory 1

Lined with trees,
The lake was glimmering under the twilight
Like a flower.
Summer, approaching in the air,
Filled the June evening with sweet scent.

Then, like a moon soaring,
You walked to me,
And stood facing me,

Like a towering mountain.

Những bông hoa trong kí ức 1

Cây cối bao quanh
Mặt hồ lấp lánh dưới bầu trời hoàng hôn
Phản chiếu lên như một bông hoa
hương thơm dịu nhẹ của đêm tháng sáu
trong không khí mùa hạ

Rồi ngày đó anh đến
như vầng trăng lên cao
trước mặt tôi,
Anh như ngọn núi sừng sững

기억의 꽃다발 2

어딘가 달이 뜨고 있는 듯
희미한 어둠
산길을 갔다
더 어두운 마음으로

그때 당신의 하모니카 소리
아득한 해안에서 일어난
바람처럼 번져 왔다

밀려든 생명의 물살

갑자기
검은 숲이 소용돌이치며 흐르고
산이 푸드득거리며 날개를 쳤다

원을 그리며 도는 하늘
넓게 열리고
밤을 가득 채우며 일렁여 갔다
그 기쁨의 소리는

Flowers in Memory 2

The moon might be rising somewhere...
I was walking along a mountain path
Through darkness
With darker mind.

Then the sound of your harmonica
Came to me rippling,
Like a breeze risen from the distant sea.

Rushing waves of life...

Suddenly
The black forest ran whirling,
And mountains flapped their wings.

The sky encircling,
Opened itself wide.
The sound of delight spread in waves,
Filling the night to the full.

Những bông hoa trong kí ức 2

Vầng trăng như đang mọc lên đâu đó
Bóng tối mờ mịt
Đi trên con đường núi
Với tâm trí u mê

Tiếng kèn ác mô ni ka của anh ngày đó
truyền đến như cơn gió nổi lên từ bờ biển xa xôi

Dòng đời xô đẩy

Bỗng dưng
Rừng đen quay cuồng
Núi rầm rập vỗ cánh bay

Bầu trời quay tròn,
mở rộng ra
âm thanh của niềm vui lan tỏa
Tràn ngập màn đêm

아름다운 당신

가을빛 속에 서 있는 당신
파아란 하늘에 잠긴 어깨와 등 그리고
그 눈,
깊은 산
맑은 돌들 위로
저 혼자 솟아 흐르는
샘의 물
그리고 바람 소리

오늘 나의 하늘에 가을로 떠 계시는 당신
저 햇살에 서린 영원의 기운처럼
아 아득한 당신

Beautiful You

You are standing in the autumn light,
Soaking in the blue sky,
Your shoulders, your back,
And your eyes...
The spring water
In the deep of mountains,
Rising and flowing over the clean pebbles,

And the sounds of the wind...

Today you are the autumn afloat in my sky,
An eternal spirit permeating that sunlight.
Remote, oh, remote you.

Người xinh đẹp

Anh đứng trong ánh sáng mùa thu
Đôi vai và tấm lưng chìm trong bầu trời xanh,
cùng đôi mắt ấy
Nước suối
chảy một mình
trên những viên đá trong veo
trong núi sâu
Và tiếng gió

Hôm nay anh trôi trên bầu trời mùa thu của tôi
như năng lượng vĩnh cửu dưới ánh sáng mặt trời
Ôi, anh của xa xăm

은빛 목소리

노을도 삭아 어두워지는 하늘로
망망한 바다에서 솟구쳐 오르는
작은 새를 보았습니다.
끝없는 하늘로 날아오르는
당신의 은빛 노래를 보았습니다

A Silvery Voice

Into the darkening sky after the twilight,
I saw a little bird
Darting out of the boundless sea.
Your silvery song it was,
Soaring up in the boundless sky.

Giọng bạc

Tôi đã thấy từ mênh mông biển
chú chim nhỏ vút lên
Trời tối lại trong hoàng hôn tắt dần
Tôi đã thấy tiếng hát ánh bạc của anh
Bay lên bầu trời vô tận

병상에 누워계신 어머니

당신은 멀리
병상에 누워 계시고,
가까이에서 지키지 못하는 나는
대신 산길을 오갑니다,
새로 물오르는 낙엽수,
그 틈틈에 가려졌던 산벚꽃나무들이
지금 화안하게 꽃을 피우고 서 있습니다,
언제나 젊은 당신 웃음처럼.
저 하늘에 서려 있는 빛은
그 마음이며,
들에 깔린 잔디에
내리는 햇살,
빗종거리는 산새들
날개짓에도
당신이 계십니다,
어떤 고통에도 메이지 않던
그 자유로운 마음으로
이 봄날 일어서시어
푸른 생명을 품에 기르고 있는,
어머니를 꼭 닮은
이 들을 굽어보시어요

Mother Ill in Bed

You are far off,
Ill disposed in bed.
I cannot keep at your side,
Only shuttling along this mountain pass.
Appearing behind the deciduous trees
With new supplies of fresh sap,
Mountain cherries are in full bloom,
Bright as your always youthful smile.
Your mind is the radiance in the sky.
You dwell in the sunlight
Pouring over the grass in the field.
You dwell in the fluttering of a bird
Chirping in the mountain.
Rise, Mother,
With your spirit
That no suffering has ever restrained.
Rise, Mother, on this spring day,
And look over the field,
Fostering green lives in its bosom,
Like you.

Mẹ trên giường bệnh

Mẹ đang ở xa
Nằm trên giường bệnh
Con không thể ở gần chăm nom mẹ được
Ngày ngày trên con đường núi
Cây thay lá phủ đầy sương sớm
Anh đào thấp thoáng trong hẻm núi
Đang nở hoa thắm tươi
như nụ cười của mẹ
Ánh sáng tràn đầy trên bầu trời kia
Là tâm hồn của mẹ
Ánh mặt trời chiếu xuống
trên cánh đồng cỏ trải dài
trong tiếng vỗ cánh liên hồi
của đàn chim rừng
đều có mẹ đang ở đó
Trở dậy đi mẹ ơi, giữa ngày xuân này
Bằng tâm hồn tự do
thanh thản
Những gì rất giống mẹ
Đang nuôi dưỡng trong lòng cuộc sống xanh tươi

아 캄캄한 이 하루

누구에게 말할까
아무도 없다

그 누가 나의 짐
덜어 줄 것인가

어디에서도 솟아 나올 힘
보이지 않고

O, This Dark, Gloomy Day

Whom can I speak to?
None.

Who can lighten my burden?
None.

Where is the fount of my energy?
Nowhere.

Ôi một ngày ản đạm

Nói với ai đây
Chẳng có ai cả

Ai có thể rũ bỏ được gánh nặng cho tôi
Chẳng có ai cả

Nguồn năng lượng của tôi ở đâu
Hư không

세상 모든 즐거움

세상 모든 즐거움
나와 멀어지고

그 어떤 기쁨도
내 것이 아닌 날

즐거운 웃음소리
음악에 맞추어 추는 춤

빗겨서 나는 지난다
꽉 막힌 가슴으로

All the Pleasure in the World

All the world's pleasure
Has far receded from me.

None of its joy
Is mine.

Merry laughters,
And dances to the music...

With a choked heart
I step aside, away from them.

Mọi niềm vui trên thế gian

Mọi niềm vui trên thế gian
đều xa tôi

Một ngày chả có niềm vui nào là của tôi cả

Những tiếng cười vui vẻ
nhảy theo điệu nhạc

lướt qua tôi
Với con tim nghẹn ngào

네가 불이라면

좋아, 네가 불이라면
나는 쇠다
확확 달구어라
달굴수록 유연해지고
나 새로워 져
광채를 뿜으리니

네가 돌이라면,
메마른 자갈돌이라면
바람 앞에 뿌리 내어 푸르게 잎을 펴는
풍란을 보아라, 돌의 가슴에서도
나 향기를 찾아내리니

If You Are Fire

If you are fire,
I am iron.
Heat me, flame after flame,
And I'll become stronger all the more,
And be born anew,
Effusing radiance dazzlingly.

If you are a stone,

A dry pebble stone,

Look at the wind–orchid,

Budding green leaves from the roots in the wind.

Even in the bosom of a stone, I'll find my sweet perfume.

Nếu anh là lửa

Nếu em là lửa

Thì tôi là sắt

Nung nóng ngùn ngụt lên đi

Càng nung càng mềm dẻo

Tôi sẽ được tái sinh

Tỏa ánh hào quang sáng chói

Nếu anh là đá

một hòn đá sỏi khô

Hãy nhìn phong lan chồi xanh,

Bén rễ trước gió

Ngay cả khi trong ngực đá

Tôi cũng sẽ tìm ra ngọt ngào hương thơm

파아란 바다 가운데

파아란 바다 가운데
나지막이 앉은 섬에 내립니다
아득한 옛일처럼
보리가 익는 밭,
그 사이사이에 있는 유채밭과
널어져 있는 마늘들
구수하게 살갗으로 스미는
여름 향기 속을 지납니다

한가로이 풀을 먹고 있는
누런 소를 지나니,
몇 세기인지 그 안에 품은 채
소나무숲을 감싸 돌고 있는
바람,
저 앞 낮은 능선에는
무덤들이 모여 둥근 몸에
햇살을 쬡니다

바다로 내리는 작은 길
둘러보면 옆 동네 앞 동네 뒷동네
가리키는 길들이 돌아가며 만나지만,

마주치는 얼굴 하나 없는
이 한낮은

아, 당신의 바다에 내가 놓는
또 하나 작은 돌입니다

Amidst the Blue Sea

I light on the island
Squatting low amidst the blue sea.
Barley is ripening in the field,
Like things of the remote past.
I walk through the tasty smells of summer,
Smells from the patches of rape
And from garlics in the sun.

Having passed a brown ox
Grazing at leisure,
I meet a wind
Harboring centuries of years,
Encircling a pine forest.
Farther, gathered over a low ridge,
Tombs bare their round backs
In the sun.

A small road stretches for the sea,
Meeting smaller roads

That branch off to the villages around.

Ah, this high noon, however,
With no one to encounter,
Is another small pebble
I put in your sea.

Giữa biển xanh

Anh đi xuống hòn đảo
Giữa biển xanh
Như ngày xa xưa ấy
trong hương thơm mùa hè
thấm ngọt ngào làn da
Những cánh đồng trải dài
Và những vườn hoa cải xen nhau ở giữa
Những cánh đồng lúa mạch chín
Gặp những con bò vàng
Đang nhẩn nah gặm cỏ
Và gió
Thổi quanh rừng thông
Như bao thế kỉ ấp ủ tôi trong đó
Ánh mặt trời chiếu xuống
Những ngôi mộ tròn bên nhau

Bên những con đường xuống núi

Con đường nhỏ dẫn em xuống biển

Những ngôi làng xung quanh

Vắng vẻ giữa trưa này

Ôi, lại một hòn đá nhỏ

Em để lại trên biển của anh

혼잣말 2

수 세기 동안 당신은
내 영혼을 품어주던 바람

아득한 시간을 그 푸르름 속에서
안아 흔들며 나를 빚어낸 바다

Monologue 2

You are the wind
That has embraced my soul for centuries.

You are the sea
That has shaped me in its blue cradle for
countless hours.

Độc thoại 2

Anh là cơn gió
ôm lấy tâm hồn em bao tháng năm mê mải

Anh là biển cả
đung đưa em trong chiếc nôi xanh êm ái xa xăm

혼잣말 3

어둠이 남아있는 새벽
밤 사이 고인 생각을 나누는가
새들의 엷은 지저귐,

일순간 당신은 내 감은 눈 속 어둠이 되고
내 귀 속 소리가 된다
멀리, 너무도 먼 곳에 있는 당신이

Monologue 3

At dawn, darkness still remaining,

Birds chirp faintly,

As if to share their thoughts piled during the
night

The minute I close my eyes, you come to me as
the darkness,

And as the sound in my ears,

Though you are far, far away.

Độc thoại 3

Rạng sáng còn đọng bóng tối
Những chú chim líu lo khe khẽ
như sẻ chia những nghĩ suy chồng chất trong đêm

Em khép làn mi, anh thành bóng tối
Thành âm thanh trong tai em
Dù anh ở nơi xa, rất xa

혼잣말 4

당신의 노래를 안았다
빠르게 날아오는 공인 양,

구르며 돌며 그 노래
내 마음을 때리고 에이어

견디다 아파, 나무에 바람에
나아가 들에 놓아주었다

바람이 불 때
나뭇잎이 바람에 쓸릴 때
꽃송이 흩이질 때

노래는 퍼져 나가고
초록빛으로 물결치고
구절구절 뿌려지다가 가지에 걸린다

당신 목소리가 되어서
나를 부르는 저 들

Monologue 4

I held your song in my arms,

As if it were a ball to soar.

The song, rolling and turning,
Struck and hurt my mind.

For the pain unbearable, I set it free
Among the trees and the wind in the field.

When the wind blows
And the leaves are swept,
Scattering the flower petals,

The song spreads in green waves,
And caught up on the branches,
After having been sprinkled phrase by phrase.

The field is calling me
In your voice!

Độc thoại 4

Em đã ôm bài hát của anh
Như quả bóng bay nhanh

Bài hát vần vũ

xoáy vào tâm hồn em

Em cứ để nỗi đau tự do hành hạ
trên cánh đồng, theo gió theo cây

Khi gió thổi
Khi lá cây ngả nghiêng theo gió
Tan tác những cánh hoa

Bài hát lan ra
Tỏa sáng vào cây lá
ghim từng tia vào cành

Cánh đồng đó có giọng của anh
Gọi em

안개

저녁 숲으로 안개가 온다
푸른 나무들 안개에 스며 사라진다

안개 너머에 계신 당신
대양을 잠재우는 그 깊은 호흡

가까이 점점 가까이에서
느껴지는 당신

The Fog

A fog rises in the evening woods.
Merging with the fog, trees disappear.

Your presence beyond the fog
Calms the ocean with the deep breath.

I feel your presence,
Approaching nearer, nearer.

Sương mù

Sương mù bay trong rừng buổi tối
Cây xanh chìm dần và biến mất

Anh ở phía bên kia màn sương
Hơi thở sâu đó ru ngủ đại dương

Em dần cảm nhận được
Anh ngày càng gần, gần hơn

당신의 노래

당신은 가고
노래는 남았습니다

별도 없는 깜깜한 하늘로
노래는 나를 안아 오르더니
이제는 다시
소용돌이치는 파도
흰 물결이 부서지는 벼랑 위에
나를 세워 두었습니다

Your Song

You are gone.
A song lingers.

Into the starless dark sky,
The song took me in its arms.
Then again,
It stood me alone
On the edge of a precipice,
Over the furious waves breaking white.

Bài hát của anh

Anh đã rời xa
bài hát ở lại

bài hát ôm tôi lên
trên bầu trời tối không một vì sao sáng

Giờ lại
Đưa tôi lên đặt vào vách đá
nơi sóng xoáy đập vào
vỡ ra trắng xóa

강방영 시인

생년월일: 1956년 10월 28일
출신: 대한민국 제주도
제주한라대학교 관광영어과 교수 역임(1989~2018)
제주문인협회 회원
국제 PEN 한국본부 회원
국제 PEN 한국본부 제주지역위원회 회장

창작시집 : 8권
시선집 1권
제주문학상 수상(2013)
저서 2권
영미시 및 북미 원주민 시가에 관한 논문 다수

시집
『집으로 가는 길』(시문학사, 1986)
『생명의 나무』(아름다운 출판사, 1993)
『달빛 푸른 그 곳』(경원출판사, 1995)
『좋은 시간』(로드 출판사, 1997)
『은빛 목소리』(한국어 영어 일본어) (로드출판사, 1999)
『인생 학습』(대학사, 2005)
『내 하늘의 무지개』(해드림출판사, 2016)
『그 아침 숲에 지나갔던 그 무엇』(시문학사, 2018)

저서
『불멸의 연인 사포』(대학사, 1992)

『잃어버린 마음을 찾아서: 시가 있는 산문』(대학사, 2008)

학위 논문

- 박사학위논문: Theodore Roethke: 시와 자연(한국외국어
  대학교 대학원, 1992. 02.)
- 석사학위논문: The Seasonal Cycle in Robert Frost(한국
  외국어대학교, 1982. 02.)

제주도내 일간지 기고

- 제주신문 칼럼 "해연풍"(1995년 ~2003년)
- 제주일보(제주신보) 칼럼 "시론" 집필(2003~2022년 현재)
- 한라일보 칼럼 [시와 그림이 있는 한라] – 시 소개(2003년
  8월~ 2004년 9월 매 금요일)

Poet Bangyoung Kang

* Born on 28th October 1956 in Jeju Province, South Korea
* Former Professor, Head of the Tourism English Department, Cheju Halla University –
* Member of Jeju Writers Association.
* Member of international PEN Headquarter in South Korea
* Jeju Committee Chairman of PEN Headquarter in South Korea

* **Prize:**
+ Year 2013:Jeju Literature Prize by Jeju Writers Association

* **Published Collections of Poems:**
– *The Road Going Home*, Simunhacksa Publishing Company – 1986
– *Tree of Life*, –Beautiful Word Publishing Company – 1993
– *Where The Moonlight Blue*, Kyongwon Publishing Company – 1995.
– *Good Times*, Lord Publisher – 1997
– *A Silvery Voice* (In Three Languages: Korean, Japanese, English), Lord Publisher – 1999.

— *Life Study*, Daehack Publisher — 2005

— *A Rainbow In My Sky*, Headream Publisher – 2016

— *Something That Has Gone By The Woods IN That Morning*, Simunhacksa Publishing Company — 2018

* **Selected Poems**

My Sea of Darkness Dacheung Publisher — 2013

Published Books

Sapho, the Immortal Lover, Deahack Pulisher 2003

In Search Of The Lost Mind: Prose with Poems. Deahack Pulisher 2008

Ph D Thesis

Theodore Reothke: Poems and Nature, Graduate School of Hankuk University of Foreign Studies, English Department 1992. 02

Master's Thesis

The Seasonal Cycle in Robert Frost, Graduate School of Hankuk University of Foreign Studies, English Department, 1982. 02

Contribution to Daily Newspapers in Jeju Province

Jeju Shinmoon column "Haeyonpoong" (1995~2003)

Jeju Shinbo column "Siron" (2003~2022 present)

Halla Ilbo column "Poems with Pictures" (2003~2004 Every Friday)

Nhà thơ Kang Bangyoung

* Sinh ngày 28 tháng 10 năm 1956 tại tỉnh Jeju, Hàn Quốc
* Nguyên Giáo sư, Trưởng Khoa Tiếng Anh Du lịch, Đại học Cheju Halla (1999~2018)
* Hội viên Hiệp hội Nhà văn Jeju.
* Thành viên của PEN Trụ sở chính tại Hàn Quốc
* Chủ tịch Ủy ban Jeju Trụ sở chính của PEN tại Hàn Quốc

* Giải thưởng:

+ Năm 2013: Giải thưởng Văn học Jeju của Hiệp hội Nhà văn Jeju

2 tập thơ của Youngmi Kwon và nhiều bài báo về thơ của người Mỹ bản địa

* Sáng tác và xuất bản: 8 tập thơ

- Đường Về Nhà, Nhà xuất bản HSimunhacksa - 1986
- Cây cuộc đời, Nhà xuất bản Areumdaun - 1993
- Nơi ánh trăng xanh, Nhà xuất bản Kyongwon - 1995.
- Thời tươi đẹp, Nhà xuất bản Lord - 1997
- Giọng nói ánh bạc (Bằng ba thứ tiếng: Hàn, Nhật, Anh), Nhà xuất bản Lord - Năm 1999.
- Rèn luyện nhân sinh, NXB Daehak - 2005
- Cầu vồng bầu trời của tôi, Nhà xuất bản Headream - 2016
- Thứ/điều đã đi qua trong rừng sáng hôm đó, NXB Simunhacksa,- 2018

* Bài thơ được chọn

Sapho, Người tình bất tử, NXB Deahack - 2003

Tìm tâm trí đã mất: Thơ trong văn xuôi. NXB Deahack, - 2008

Luận văn học vị

Luận văn tiến sĩ: Theodore Reothke: Thơ và Tự nhiên, Học viện Đại học Ngoại ngữ Hàn Quốc, 2/1992

Luận án thạc sĩ: Chu kỳ mùa ở Robert Frost, Đại học Ngoại ngữ Hàn Quốc, 2/1982

Đóng góp cho nhật báo của đảo Jeju

Báo Jeju "Haeyonpoong" (1995 ~ 2003)

Nhật báo Jeju (tin tức nhanh Jeju) (2003 ~ 2022 hiện tại)

Mục thông tin Halla (Halla Thơ kèm hình ảnh) (2003 ~ 2004 Thứ sáu hàng tuần)

2부

Nguyễn Đình Tâm

Nguyen Dinh Tam

응우옌딘떰

SỰ GẶP GỠ CỦA HAI TÂM HỒN HÀN - VIỆT

Đầu tháng 3 năm 2021, Giáo sư Ahn Kyong Hwan được mời sang VIệt Nam nhậm chức Tổng Hiệu trưởng các trường Quốc tế toàn cầu Hàn Quốc (Korea Global School - KGS), ông đã nhắn tin mời tôi lên Hà Nội cùng Đại sứ Trần Trọng Toàn dự bữa cơm thân mật. Điều tôi rất vui là hai ông cùng nêu ý tưởng: Tôi sẽ cùng một nhà giáo, nhà thơ Hàn Quốc xuất bản chung một tập thơ song ngữ Hàn - Việt, hướng tới sự kiện kỉ niệm 30 năm thiết lập quan hệ ngoại giao hai nước VIệt Nam - Hàn Quốc. Giáo sư Ahn đã kết nối tôi với nữ thi sĩ giáo sư Tiến sĩ Bangyoung Kang của Trường Đại học Jeju. Và cũng chính giáo sư Ahn là người đã đưa ra ý tưởng xuất bản tập thơ với 3 thứ tiếng: Hàn - Việt – Anh. Tôi khá hứng thú hơn với đề xuất này và giáo sư Kang cũng vui vẻ nhận lời. Cầu nối văn học được thông suốt nhanh chóng.

Cuộc gặp gỡ tâm hồn của hai nhà giáo, nhà thơ cùng tuổi Thân cách nhau một giáp, đều cùng trân trọng những vẻ đẹp kí ức, cùng tình yêu biển cả, hướng về màu xanh mênh mông, về cánh chim Hải âu và con sóng bạc đầu. Con gái tôi và các cộng sự đều rất nhiệt tình, và có trách nhiệm khi chuyển ngữ các bài thơ...gần một năm miệt mài, tập thơ mang hai tâm hồn đã hoàn thành, để cùng lan tỏa tới bạn đọc của hai dân tộc và bạn đọc các nước khác, làm cho nhân dân hai nước hiểu biết nhau hơn, gần lại nhau hơn, vòng tay hữu nghị mở rộng, cùng hướng về nền hòa bình nhân loại.

Tôi đã chọn một số bài thơ trong các tập thơ của mình đã được các tạp chí các nước Romania, Ytaly, Nepal, Pakistan, Russia, Hàn Quốc, Canada, America và AWW (Association of World Writers) giới thiệu, để đưa vào tập chung, cùng nữ thi sĩ Kang hướng tới những vẻ đẹp của tâm hồn và cuộc sống.

Xin chân thành cảm ơn Giáo sư Ahn Kyong Hwan, người đã cống hiến cho nền văn học hai quốc gia bằng những tấc phẩm dịch; "Truyện Kiều", "Tuyển tập thơ Hồ Chí Minh", "Nguyễn Trãi", "Những năm tháng không thể nào quên" của Đại tướng Võ Nguyên Giáp", "Nhật kí Đặng Thùy Trâm"...đã được Quốc hội và nhà nước Việt Nam tặng "Huân chương Hữu nghị".

Xin chân thành cảm ơn Đại sứ Trần Trọng Toàn với những ý tưởng tốt đẹp này.

Và cảm ơn các dịch giả Đặng Thị Lam Giang, Văn Đức Mân, Nguyễn Thị Lệ Hoa và các cộng sự đã tham gia để tập thơ được hoàn thành, tạo điều kiện cho hồn Việt - Hàn cùng lan tỏa tới nhau, góp phần tăng thêm tình hữu nghị của hai dân tộc, cùng hướng về những vẻ đẹp toàn cầu.

Năm 2022
Nguyễn Đình Tâm

MEETING KOREAN – VIETNAMESE'S POETIC SOUL

At the beginning of March 2021, Professor Ahn Kyong Hwan was invited to Vietnam in order to take office General Principal of Korea Global International Schools, he sent me a message inviting me to Hanoi City with Ambassador Tran Trong Toan for an intimate meal. I was happy about that he came up with the idea:: I will jointly publish a book of Korean – Vietnamese bilingual poems with a Korean poet, to celebrate the event marking the 30th anniversary of the establishment of diplomatic relations between the two countries Vietnam – Korea. Professor Ahn connected me with the poetess Professor Dr. Bangyoung Kang of Cheju Halla University. And it was Professor Ahn who came up with the idea of publishing a book of poems in three languages: Korean – Vietnamese – English. I was more interested in this proposal and Professor Kang happily accepted. Literary bridge was quickly established.

The meeting of the poetic soul of two teachers, two poets to be born in the year of the same monkey year but separated by a cycle of 12 years, they all cherish the beauty of memories, and their love of the sea, towards the immense blue, the gulls wings and the whitecaps. My daughter and coworkers are all very enthusiastic, and take responsibility when transliteration of the poems... almost a year of hard work, the book of poems with two souls has been completed, in order to spread the word to readers of the two ethnic groups and readers of other countries, making the peoples of the two countries understand each other better, draw closer together, open arms of friendship, and work together towards human peace.

I have selected some poems from my poetry collections that have been introduced by magazines from Romania, Ytaly, Nepal, Pakistan, Russia, Korea, Canada, America and AWW (Association of World Writers), for inclusion in the collective poetry collection, with poetess Kang towards the beauty of the soul and life.

I would like to send my gratitude to Professor Ahn Kyong Hwan, who has contributed to the literature of the two countries with translations; "The Tale of Kieu", "Anthology of Ho Chi Minh's Poetry", "Nguyen Trai", "Unforgettable Years" by

General Vo Nguyen Giap, "Dang Thuy Tram Diary"... was awarded the "Friendship Medal" by the National Assembly and the State of Vietnam.

Sincere thanks to Ambassador Tran Trong Toan for these good ideas.

And many thanks to the translators: Dr. Dang Thi Lam Giang, Van Duc Man, Nguyen Thi Le Hoa and coworkers participated in order to complete the poetry book, creating conditions for Vietnamese – Korean's poetic soul to spread to each other, contributing to increasing the friendship of the two nations, towards the global beauty.

Year 2022

Nguyen Dinh Tam

한국-베트남의 두 영혼의 만남

2021년 3월 초, 안경환 교수님이 한국글로벌학교 (KGS) 총장으로 취임하기 위해 베트남에 초청을 받아 쩐쫑토안 전대사님과 함께 하노이에서 친밀한 식사에 초대하였습니다. 두 분이 수교 30주년을 맞이하여 한국 선생님, 시인과 함께 한-베 이중언어 시집을 공동으로 출간할 생각을 공유했다는 점이 매우 기뻤습니다. 안 교수는 나를 제주한라대학교의 여성시인 강방영 교수님과 연결해 주셨습니다. 그리고 한국어-베트남어-영어의 3개 국어로 된 시집을 출판하자는 아이디어를 내놓은 것은 안 교수였습니다. 나는 이 제안에 관심이 많았고 강 교수님도 흔쾌히 수락하였습니다. 문학적 다리가 빠르고 부드럽게 세워졌습니다.

띠 동갑 한 주기 연상의 두 스승, 두 시인의 영혼은 만나며 추억의 아름다움을 간직하고 바다를 사랑하며 거대한 푸른빛과 갈매기, 은빛 머리 파도로 향합니다. 우리 딸과 직장 동료들 모두 매우 열정적으로 시를 음역하며 노고를 아끼지 않았습니다. 거의 1년의 노력으로 두 민족의 독자들에게 말씀을 전파하기 위해 두 영혼의 시집이 완성되었습니다. 다른 나라의 독자들이 서로를 더 잘 이해하고, 더 가까워지고, 우정의 팔을 벌리고, 인류의 평화를 위해 함께 일할 수 있기를 바랍니다.

루마니아, 이탈리아, 네팔, 파키스탄, 러시아, 한국,

캐나다, 미국 및 AWW(세계작가협회)의 잡지에 소개한 시집에서 영혼과 삶의 아름다움을 향해서 강시인와 함께 시집에 실릴 몇 편의 시를 선정하였습니다.

"끼에우 이야기", "호찌민 시집", "응웬짜이", Vo Nguyen Giap 장군의 "잊을 수 없는 해", "Dang Thuy Tram일기" 등의 작품을 번역하여 양국 문학에 기여하며 베트남 국가와 국회에서 '우호훈장'을 받는 안경환 교수께 진심으로 감사드립니다.

좋은 아이디어를 주신 Tran Trong Toan전대사께 진심으로 감사드립니다.

범세계적인 아름다움을 추구하며 양국의 우호 증진에 기여하고 베트남인과 한국의 영혼이 서로 전파되는 여건을 조성하며 시집 번역에 참여한 Dang Thi Lam Giang 박사님, Van Duc Man, Nguyen Thi Le Hoa 협력해주셔서 감사합니다.

2022년
응우옌딘떰

KHÁT VỌNG

Ngọt ngào cùng mây bay
Biển quên mình đang mặn
Tôi quên mình tóc trắng
Xanh miệt mài theo sóng điệp trùng khơi

갈망

날아가는 구름처럼 달콤하고 싶다
바다는 자기가 짜다는 것도 잊어버렸다.
머리가 하얗게 센 줄 모르는 나도
짙은 푸르름 속에 한없이 퍼져 나가기를 갈망한다.

ASPIRATION

Floating with the clouds
The sea forgets that it's salty
I forget my white hair
In deep blue, aspire to extend endlessly

NHẨM TUỔI

Chân đã chạm hoàng hôn
Tay vẫn nâng giọt sương ngọn cỏ
Nhớ bạn bè
Ngồi nhẩm tuổi mình bằng những yêu thương

나이를 세며

발이 황혼에 닿았으나
손은 아직도 풀잎 끝의 이슬을 들고 있네
친구를 그리며
사랑으로 나이를 세어 본다

AGE, LIFE

My feet have come into sunset
But the hands still cradle the dewdrops in the
grass
Remembering friends
I calculate my life with love

TINH THẦN BIỂN

Tinh thần biển dương lên trên những cánh buồm
Những con sóng tung bờm giữa Đại dương lộng gió
Những con chim Hải âu lao giữa biển xanh, trời xanh
tìm chân trời khát vọng
Em gọi thầm phía cất cánh hồn ta

바다의 영혼

돛대 위로 떠 오르는 바다의 영혼
휘몰아치는 바람에 춤추는 파도
갈망하는 수평선을 찾아
창공과 창파를 나는 갈매기 떼
그대는 내 영혼이 날개를 펴는 곳에서 속삭이네.

SEA SPRIT

The sea spirit rises high above the sails
In the windy ocean the waves flutter like horse-
mane
Seagulls between the blue sky and the blue sea
Fly to find the horizon of desire
And where my soul spreads its wings you are
whispering

76

PHÙ SA BIỂN

Bao nhiêu mỡ màu theo sông nhường nuôi đất
hồn trong lành về với biển khơi
Phù sa biển mang màu chân trời
hạt thành ngọc
hạt thành tinh thể
hạt nở hoa
hạt xanh bờ xanh đảo
Để một ngày tôi ngược chiều cơn bão
đón em về trong dào dạt triều dâng

바다의 충적토

강 따라 흘러온 많은 비옥토가 모래사장을 키우고
순수한 영혼은 바다로 귀환하네
수평선 색깔의 모래사장은
알알이 옥이 되고
수정이 되고
꽃으로 피어나고
섬과 바닷가를 푸르게 하네.
어느 날 나는 태풍을 거스르고 나아가
밀물에 밀려오는 그대를 반긴다.

ALLUVIAL BY THE SEA

How much fat following the river yielded fertile land?
Pure soul returns to the sea
Sea silt with color of horizon
Brings beads of pearls
Particles of crystals
Blooming seeds
Green seeds on green island
One day I would meet the storm
Welcoming up in the abundance of the tide

VIÊN SỎI

Những viên sỏi hồn nhiên khỏa trần trước biển
Hoa muống tím vây quanh
Tôi chỉ mỉm cười
nhặt một viên đem về để lên bàn chặn giấy
Những con chữ nằm im nghe tiếng sóng dạt dào

조약돌

바다 앞 순수하게 몸을 드러낸 조약돌
보라색 나팔꽃에 둘러싸여 있다.
나는 그저 미소 지으며
조약돌 한 개 집어와 문진으로 놓으니
조용히 누워 있는 글자들 파도 소리 실컷 듣는구나.

THE PEBBLE

Pebbles were lying innocent on the sand bank
Surrounded by purple morning glory flowers,
I just smiled
Picking up one, brought it to press the paper
The letters lying still would hear the effusive
waves

XIN TRỌ

Tôi đã trọ bao mái nhà của sóng
đi mênh mông mà chưa thấu chân trời

Tôi đã trọ bao cánh chim của biển
vỗ miệt mài mà chưa hết trùng khơi

Đành xin trọ vào ngữ ngôn của biển
viết câu thơ muối mặn dâng đời

기숙(寄宿)

나는 파도의 꼭대기에 머물어본 적 있고
광활하게도 나아갔었지만 수평선까진 닿지 못했다.

나는 바닷새 날개에 머문 적 있고
열심히 날갯짓해 보았건만 드넓은 바다를 건너지는 못
했다.

결국, 바다의 언어에 몸을 맡기고
쓰고 짠 인생의 시를 읊는다.

80

BOARDING

I have lived on the roofs of the waves
Going immense, but without reaching the
horizon
I have stayed with many wings of the sea birds
Clapping hard, but could not cross the sea

Taking refuge in the language of the sea
Write poems of salty words for my life

Ủ SÓNG

Em ủ sóng vào tóc mình chờ gió
Ta vỗ nhớ thương ở phía chân trời

파도를 품고

그대는 바람을 기다리며 머리에 파도를 품고
나는 수평선 끝에 그리움을 담는다.

NURTURE

You put on waves in your hair waiting for the wind
I put my memories into the horizon

SAO THẾ

Em thì ngọt
còn tôi thì mặn
có duyên chi mà hoa tím nở tràn

Em phù sa
tôi lại là cát trắng
sao mãi ngọt ngào giọng hát xa khơi

Đừng nhìn thế, em ơi
đừng nhìn tha thiết thế
kẻo tàu tôi phải quay lái…tìm về.

왜 그럴까?

그대는 달고
나는 짜다
무슨 인연인지 보라 꽃이 많이 피었네
그대는 충적토
나는 하얀 모래
영원히 달콤한 바닷가의 노랫소리

그대여! 그런 눈으로 쳐다보지 마라

그렇게 그윽한 눈으로 쳐다보지 마라
나는 다시 그댈 찾으러 배를 되돌려야 하리니

WHAT FOR!

You are sweet

And I am salty

From what grace these purple flowers are blooming

You are alluvial

I'm white sand

Sweet voice, an everlasting offshore song

Do not look in that way, my dear

Do not look with such deep eyes

Then my ship might turn the steering wheel to find you

GIẤC THỜI GIAN

Tôi cứ thế lớn lên bên bờ mặn
Con sóng ướp tuổi thơ tươi đến tận bạc đầu
Giọt máu, giọt mồ hôi cùng chung vị biển
Mong manh tôi hòa vào dữ dội Đại dương
Lại cùng cánh Hải âu về cát trắng Dã tràng
Chiều già theo hàng phi lao lặng lẽ
Những yếu mềm trả cho loài nhuyễn thể
Thả mình lên đá cho sóng vỗ mùa thu

시간의 잠

나는 짠 내음 나는 바닷가에서 자라
파도는 어린 시절부터 백발이 될 때까지 나와 함께 하
였다.
피도 땀도 바다와 같은 맛이 났고
허약한 나와 거친 바다는 하나가 되었다.
이제 갈매기와 함께 백사장으로 돌아오니
석양은 줄지어 서 있는 해송나무 열을 따라 저물어간다
나의 연약함은 연체동물에 돌려주고
바위에 몸을 맡긴 채 가을 파도 소리를 듣는다.

SLEEP OF TIME

I've grown up on the salty seaside

The waves have preserved my fresh childhood with salt until grey—headed

All my blood and sweat taste the sea

Fragile I with fierce ocean were mixed as one

I come back with seagulls to the white sand of Da Trang

The sun is setting quietly along the rows of cypress trees

Giving back my weakness to the mollusk

Leaning on the rock, I listen to the flapping autumn waves

EM Ạ

Rồi mùa đông cũng tan
Trong tiếng cây tách vỏ

Rồi mùa xuân cũng rơi
Theo cánh đào lả tả

Rồi mùa hạ cũng tắt
Trong tiếng ve nguội dần

Rồi mùa thu cũng bay
Theo lá vàng nức nở

Chỉ màu xanh biển cả
Xanh mãi tới vô cùng

Bóng mình soi trên sóng
Cùng vỗ vào mênh mông.

그대여!

드디어 겨울이 지나갔다
나무껍질 트는 소리 속으로

드디어 봄이 왔다
복사꽃 잎 휘날리는 것을 따라

드디어 여름이 끝났다
점점 사그라지는 매미 소리 속으로

드디어 가을도 날아갔다
낙엽 지는 것을 따라

바다의 푸른 빛만
영원히 푸르구나

파도 위에 비치는 나의 그림자는
무한 공간에 철썩거린다

WITH YOU

At last the winter is over
In the sound of the separating tree barks

Then spring comes
Along the falling peach petals

Then summer has gone
With the sound of the cicadas fading gradually

Then autumn also flies far away
Following the sobbing yellow leaves

Only the sea remains blue
Green forever

My shadow is shining on the waves
Patting the infinite space

GIỮA HAI MÙA LÁ ĐỎ

Giữa hai mùa lá đỏ
Trong nắng và trong mưa
là bi hùng đời tôi
Những niềm vui xa xứ qua rồi
và nỗi buồn cũng đã thành kỉ niệm
Tôi của phấn trắng bảng đen
của Đại dương, của biển
Có cánh chim trời đập tỉnh những cơn mê.

두 계절 사이의 붉은 잎새

두 계절 사이의 붉은 잎새
햇볕과 빗속의
비장한 내 인생
먼 여정의 기쁨은 지나가고
이제 슬픔도 추억이 되었다
하얀 분필, 칠판
대양과 바다의 나는
꿈을 일깨우는 새가 되어 하늘을 날고 있다

RED LEAF BETWEEN THE TWO SEASONS

Between the two seasons is a red leaf

in the sun and in the rain

is my persevering life

The joys of far journey are over

Sadness has also become a memory

White chalk, blackboard I am

Of the ocean and the sea

A bird in the sky flies waking up dreams

LOGO MÙA THU

Tôi tội lỗi giẫm lên nỗi buồn chiếc lá
đi qua bao mùa thu nghiệt ngã tuổi thơ mình
để một ngày nâng chiếc logo mùa thu, chuộc lỗi
Thu đã vàng, đã đỏ rực hồn tôi

가을의 로고

송구스럽게 낙엽의 슬픔 위를 밟은 나
어린 시절 혹독한 가을을 많이 겪었지
어느 날 가을의 로고 들고서 속죄하니
노란 가을이 내 영혼을 붉게 물들인다.

AUTUMN LOGO

Sinfully I stepped on the sadness of the leaves
I've gone through the cruel autumns in my
childhood
One day honoring the autumn logo I atoned
Golden autumn filled my soul with red.

EM XÕA TÓC MÙA THU

Biển đang thở
Ngực phập phồng vũ trụ
Trong xa xanh
Buồm lộng phía chân trời
Em xõa tóc mùa thu
Lá trút
Cánh rừng vàng
Hồn chạm. Chiều rơi
(Gwangju- mùa thu 2019)

가을 머리를 푸는 그대

바다는 숨 쉬고 있다
가슴은 두근두근하고,
저 멀리 푸른 수평선에
돛은 바람에 나부끼고
그대는 가을 머리를 푼다
나뭇잎이 떨어져
숲이 노랗다
영혼을 마주하고, 오후는 저문다
(2019년 가을, 광주에서)

AUTUMN LEAVES

The sea is breathing deep

Pounding cosmic chest

The sails are lofty toward the distant blue
horizon

Autumn sheds leaves

Golden forest with autumn leaves

Afternoon falls touching the soul

NỖI NHỚ

Những cánh buồm đi qua hồn tôi
để lại màu khát vọng

Những con tàu đi qua đời tôi
để lại từng đợt sóng

Chiều.
Nỗi nhớ đập cánh
bay theo đàn hải âu

향수

돛이 내 영혼을 거치며
열망의 색을 남겼다

배는 내 인생을 거치며
파도를 남겼다.

오후
날개 접은 그리움은
갈매기 떼를 따라 날아간다

NOSTALGIA

The sails, going through my soul,
Left a color of desire

The ships have passed through my life
Leaving each wave

Afternoon .
Nostalgia, flapping wings,
Flies with seagulls

VỊ MẶN

Thức cùng biển một đời
lại theo em về ru biển ngủ
Con sóng hóa thân trên cánh đồng giấc mơ vị mặn
Biển - và tôi - và em
Kết tinh hạt dâng đời

짠맛

바다와 함께 지새운 한 인생
그대를 따라 돌아와 이제 바다를 재운다.
파도의 짠맛은 꿈의 들판에서 영글고
바다 – 나 – 그리고 그대
결실을 맺어 인생을 바친다

SALT FLAVOUR

After waking up with the sea for a lifetime
Now I come back with you to lull the sea to sleep
The salty wave incarnate the field of dream
Sea – and I – and you
Life– giving seeds are crystallized.

TRƯỚC LÁ VÀNG RƠI

Một thoáng buồn trước chiếc lá vàng rơi
Giữa mùa lá hằng tôn vinh vẻ đẹp
(Văn hóa giã từ của loài sinh vật)
Lìa cành rồi còn xao xuyến nhân gian

노란 낙엽 앞에서

노란 낙엽 앞에서 불현듯 치솟는 슬픔
아름다움을 칭송하는 잎의 계절에
(생명의 작별 문화)
나뭇가지 앙상함에도 사람은 여전히 북적인다.

BEFORE FALLIG LEAVES

Sudden ripple of sadness in front of the falling yellow leaves

Leaves are honoring beauty In the middle of the season

(All living things have culture of retirement)

Getting away from the thin branches, flutters humanity

LỜI CỦA CHIM HẢI ÂU

Không có một loài nào tự đẩy con mình từ vách núi
cao xuống biển
Con yêu thương
chỉ có mẹ Hải âu thôi
đã đến lúc mẹ phải đẩy con rời tổ ấm
con đừng rúc vào ngực mẹ
đừng nhìn vào ngấn ướt trong mắt mẹ
con phải lao xuống biển
có thể gặp vô vàn hiểm nguy
nhưng con phải sống
con sẽ sống
và con tự sống
đó là bản năng tự tin và dũng cảm
là môi trường sống duy nhất của con
của loài Hải âu chúng ta
nơi đó sẽ có những ngư dân
sẽ có những người thủy thủ
bạn tốt của chúng ta
họ sẽ chào đón con như những chiến binh quả cảm
họ sẽ yêu quý con bằng tình yêu biển cả
nơi đó có cả bầu trời tự do
thỏa niềm đam mê khao khát

Nào bắt đầu đi

tung cánh ra

đập cánh

Và tôi đặt cược đời mình theo những cánh Hải âu

갈매기의 말

자기 새끼를 높은 절벽에서 바다로 떨어뜨리는 어미는
없다.
사랑하는 새끼를 위해
갈매기 어미만 그렇게 할 뿐이다.
둥지를 떠날 때가 되었으니
어미 품에 그만 기대거라.
어미의 눈가에 맺힌 눈물을 보지 말아라.
바다로 달려들어라
위험에 많이 빠지겠지만
그러나 넌 살아야 한다.
넌 살 수 있으며
혼자서 살아나가야 한다
자신감과 용기는 본능과 같다
이것이 너의 유일한 환경이자
우리 바닷새들의 유일한 환경이다.
그곳엔 어민들이 살고
선원들도 살고 있으니

다들 우리와 좋은 친구가 될 것이다.
그들은 우리를 용맹한 전사처럼 환영하며
바다를 사랑한 만큼 너를 사랑해줄 것이다.
그곳에 자유로운 하늘도 있으니
너의 꿈과 갈망을 채워 주리라.

자! 시작이다
날개를 펼쳐라
날개짓을 해보아라
그리고 나는 나의 인생을 갈매기의 날개에 맡겼다.

THE WORDS OF THE SEAGULL

No mother push her children from high cliffs
into the sea

Only seagull mother does

When It is time for her to push them out of the
nest

She doesn't make them snuggle in her chest

'Don't look at the tears in my eyes

You have to jump into the sea

May be into the great danger

But you have to live in that way

You will live

And you will live on your own

Feel the confident instinct of courage

Living environment, for us seagulls

There will be fishermen and sailors

Our good friends,

They will welcome you like brave warriors

They love you with the love of the sea

Where you have a free sky

Satisfy passion, desire

Come on, my dear

Let's start,

Plunge

Spread wings

Flapping wings'

And I bet my life on seagulls.

LAN CHÂU

Chiều nay tím
đưa em về quê mẹ
sóng Hòn Ngư hát khúc tuổi thơ mình
em bước dọc mặn mòi vị biển
định vị hồn mình trước trời biển quê anh

Chiều nay gió
bờ vai anh tóc ấm
sóng Lan Châu vỗ nhịp trái tim mình
ta cùng nhau nói gì trước biển
mà đất trời như dành để riêng ta

Lan Châu tím
và Lan Châu gió
trước cầu tàu
em gọi
một thời anh.

란 쩌우

보랏빛 오후는
고향으로 날 이끄네

혼응으(Hòn Ngư)의 물결이 나의 유년을 노래하면
짭짤한 갯내음이 내 입술을 적시네
고향은 내 영혼의 거울

바람이 서성이는 오후
그대의 감미로운 머릿결이 내 어깨를 감싸면
란쩌우의 물결은 내 마음을 노래한다.
해변에서 나눈 우리의 속삭임에
이 하늘과 땅과 바다는 우리만의 것이라오

보랏빛 란쩌우
바람 부는 란쩌우
그대
뱃전에서 나의 유년을
부르노니

LAN CHAU

(Although located at Cua Lo, not everyone knows this beautiful island, it is located right next to the coast. Local people also call Lan Chau Island Rú Cóc because the island is shaped like a giant toad reaching out to the vast sea).

Purple sunset

Takes me back to my hometown

The waves in Hon Ngu sing my childhood songs

I walk along with salty taste of the sea

Positioning my soul before my heavenly homeland sea

It's windy that afternoon

With warm hair on my shoulder

Lan Chau wave patted my heart

I and you whispered each other in front of the sea

Earth and sky were reserved for us

Purple Lan Chau

Windy Lan Chau

In front of the pier

Calls my childhood moments

CANH LỬA

Cuối năm rồi, mẹ ơi!
Con ngồi canh lửa
Lửa bập bùng bóng mẹ
Lửa lẹm đáy nồi
Lựa lẹm rát lòng con

Khói hương trầm lẫn vào
hương bánh chưng

Suốt một đời
Con thì biển mà lòng mẹ sóng
Vỗ nhớ thương cho tới bạc đầu.

불가에서

어머니! 어느새 연말이네요
저는 불꽃을 보며 앉아있어요
불꽃에 어머니의 그림자가 어른거려요
불은 솥을 태우면서
제 마음도 태워요

피어오르는 연기의 내음이

바인쯩의 내음과 뒤섞여요

이 생에서
제 삶의 바다에 어머니의 마음이 파도쳐요.
은백의 머리컨만 어머니의 사랑이 사무쳐요.

BY A COOKING FLAME

Mom! It's the end of the year,
I sit by a cooking fire
Your shadow is flickering with the flame
The fire under the bottom of the pot
Also burns my heart

  The smoke of frankincense mixed into taste of
rice cake

  In this life
  Mother's heart waves in my ocean
  Memory of your love pierces me, until now
grey-haired

TRONG ĐÊM

Có cánh chim đêm nay đang ngủ
Giữa sóng vỗ không ngừng

Có đôi mi đêm nay đang khép
Giữa con tim vẫn đập nhịp đều

Có câu chữ đêm nay trở dậy
Thức cho một tình yêu

밤중에

오늘 밤 잠에 깃든 새가 있다
파도가 쉼 없이 밀려드는 가운데

오늘 밤 두 눈꺼풀이 감기려 하고
심장이 두근두근 뛰는 가운데

오늘 밤을 지새우게 하고
사랑을 일깨우는 글귀가 있다

DURING THE NIGHT

Tonight birds are sleeping
In the middle of non—stop waves
Eyelashes are almost closing
But the heart is throbbing tonight
There are words rising up tonight
They make me stay awake for love

Nhà thơ NGUYỄN ĐÌNH TÂM

* Sinh ngày 24-7-1944 tại Thị xã Cửa Lò. Nghệ An.
* Nguyên giảng viên, Chủ nhiệm bộ môn "Động cơ – Thiết bị nhiệt" Trường Đại học Hàng hải Việt Nam.
* Hội viên Hội Nhà văn Việt Nam
* Hội viên Hội Kiều học Việt Nam
* Hội viên Hội Nhà văn Hải Phòng

*** Giải thưởng:**
+ 2015: Giải nhất cuộc thi sáng tác văn học do Hội Nhà văn Việt Nam và Bộ GTVT tổ chức năm 2014 – 2015 kỉ niệm 70 năm ngành GTVT, với Trường ca "Thức với biển"
+ 2016: Giải nhất cuộc thi thơ "55 năm Đất và Người" Quận Ngô Quyền, Hải Phòng.
+ 2017: Giải thưởng "Mười năm thơ hay" của Hội Cựu giáo chức Hải Phòng (2007 – 2017)
+ 2018: Giải thưởng Văn Học Nanum, Hàn Quốc (Nanum literary award) .
+ 2019: Giải thưởng cuộc thi Thơ "Hải Phòng Khát vọng vươn lên" .

*** Tác phẩm Thơ đã xuất bản:**
- Sóng vào Thu (In chung 3 tác giả) – NXB Hải Phòng – 1982
- Tình biển – NXB Hội Nhà văn – 2005
- Thức với mùa Thu – NXB Hội Nhà văn – 2012.
- Thức với biển – NXB Hàng hải – 2015

- Một thời biển cả - Thơ và trường ca – NXB Hội Nhà văn –
  2017
- Lan Châu tím – NXB Hội Nhà văn – 2018
- Lời của chim Hải âu – NXB Hội Nhà văn – 2021
- "Mùa thu và Biển cả - Autumn and the Sea"
  (Thơ song ngữ Việt – Anh) – NXB Ukiyoto. Canada – 2022
- "Em xõa tóc mùa thu – 가을머리를 푸는 그대"
  (Thơ song ngữ Việt – Hàn) – NXB Mando. Hàn Quốc- 2022
* Nhiều tác phẩm thơ được giới thiệu trên Tạp chí văn học
  nước ngoài: Hàn Quốc (Seoul, Gwangju, Jeju), Rumania,
  Italia, Nê Pan, Nga, Pakistan, Hy Lạp, Bắc Mỹ, Hợp tuyển
  Văn học Châu Á, Hiệp hội Nhà văn Thế giới (Association of
  World Witers – AWW)

NGUYEN DINH TAM Poet

* Born on 24th July 1944 in Cua Lo Town, Nghe An Province, Vietnam.
* Former Lecturer, Head of the Division "Engine – Thermal Equipment" Vietnam Maritime University.
* Member of Vietnam Writers Association.
* Member of Vietnam Overseas Study Association.
* Member of Hai Phong City Writers Association.

* **Prize:**

+ Year 2015: First prize in the literary contest organized by the Vietnam Writers' Association and Ministry of Communications and Transport organized in 2014–2015 to celebrate the 70th Anniversary of the Ministry of Communications and Transport, with the epic "Wake up with the sea".

+ 2016: First prize in the poetry contest "55 years of Land and People" Ngo Quyen District, Hai Phong City.

+ 2017: Award "Ten years of good poetry" by the Teachers Association of Hai Phong City (2007 – 2017).

+ 2018: Nanum Literary award, Korea (Nanum Literary Award).

+ 2019: Nationwide Poetry Competition Award " Hai Phong – A Rising Aspiration".

* Published Poetry Artworks:

− Waves in Autumn − Hai Phong Publishing House − 1982

− Love of the sea − Writers' Association Publishing House − 2005

− Wake up with the autumn − Writers Association Publishing House − 2012.

− Wake up with the sea − Maritime Publishing House − 2015

− A time of the sea − Poetry and epic poetry − Writers' Association Publishing House − 2017.

− Purple sunset Lan Chau − Writers' Association Publishing House − 2018

− Words of Seagulls − Writers Association Publishing House − 2021

− Autumn and the Sea *(Vietnamese & English languages)* − Ukiyoto Publishing House (Canada) − 2022

− Autumn Shed leaves (Vietnamese & Korean languages) − Mando Publishing House (Korea)− 2022

* Many poetic artworks have been introduced in foreign literary magazines: Korea, Romania, Nepal, Italy, Russia, Pakistan, Greek, Anthology of Poetry, Asian Literature, Association of World Writers − AWW.

응우옌딘떰 시인

생년월일: 1944년 7월 24일
출신: 응에안(Nghe An) 베트남
전 베트남 해양 대학교 교수
베트남문인회 회원
베트남 끼에우(Kieu) 학회 회원
하이퐁문인회 회원

창작시집 : 6권

문학상

2015년 베트남문인회 및 교통부 주관 문학 경연 대회 대상 (장
　　가: 바다와 밤을 샌다)
2016년 하이퐁 시 응오꾸옌 구 ‘55년 땅과 사람’주제 경연 대
　　회 대상
2017년 하이퐁교사협회 ‘10년의 좋은 시’ 경연 대회 대상
2018년 나눔문학상 (한국)
2019년 국가 시 경연 ‘하이퐁 상승 열망’주제 대상

출판된 시집

1982년 가을에 들어오는 파기 (하이퐁 출판사)
2005년 바다의 정 (문인협회 출판사)
2012년 가을과 밤을 샌다 (문인협회출판사)
2015년 바다와 밤을 샌다 (항해 출판사)
2017년 바다 한 때 (문인협회출판사)
2018년 보라빛 란쩌우 (난의 한 종류) (문인협회출판사)

2021년 갈매기의 말 (문학인협회출판사)

2022년 가을과 바다(우키요토 출판사. 캐나다), (베트남어 및
영어)

가을머리를 푸는 그대(만도출판사. 한국), (베트남어
및 한국어)

* 많은 작품들이 한국, 루마니아, 네팔, 이탈리아, 러시아, 파
키스탄, 인도, 세계 작가 협회 – AWW, 종합시집, 아시아문
학등 외국 문학 잡지에 소개 되었다.

황금알 시인선